காண்பதெல்லாம் காதலடி

அருண்

aelay
publish

உனக்காக . . .

காண்பதெல்லாம் காதலடி
கவிதை
ஆசிரியர் : அருண் ©
முதல் பதிப்பு : ஜூன் 2022
வெளியீடு : ஏலே பதிப்பகம்
5/175, பாத்திமா நகர், கூத்தென்குழி,
திருநெல்வேலி - 627104
தொடர்புக்கு : +91 9944992571

First Edition : June 2022
Pages:86
ISBN : 978-93-5533-443-5
Aelay Publish
Contact : +91 9944992571
Designed by : Aelay publish team

நன்றி !

'மொழி' என்னும் அறிவியலுக்கும், எழுத்துகளை உங்களிடம் கொண்டுச் சேர்க்கும் 'தொழில்நுட்பம்' எனும் அறிவியலுக்கும்.

நான் விரும்பியதைச் செய்ய அனுமதித்த என் அப்பா மனோகர், அம்மா கலைச்செல்வி, இணையர் சங்கீதா, மகன் ரம்யன் மனோகர், மகள் கயலுக்கு.

என்னை கவிதைகளுக்கு அறிமுகப்படுத்திய விமலாவிற்கு.

நான் எழுதுவதற்கு நம்பக்கையூட்டி இப்புத்தகம் வெளிவரக் காரணமாயிருந்த பானுரேகா, ரவிசங்கர் ஜயாக்கண்ணு, சுபாஷினி சிவசுப்ரமணியன், மதுமலர் கார்த்திகேயன், செந்தில் பாலன், வித்யா, கிருத்திகா மாசிலாமணி, பால்ராஜ், பாரதி பாலகிருஷ்ணன்.

என்னை எப்போதும் இலக்கை நோக்கி நகர்த்திக் கொண்டுசெல்லும் என் அன்புத் தங்கை ரோஹிணிக்கு.

நண்பர்கள் நலன் விரும்பிகள் அனைவருக்கும் !

இந்தப் புத்தகத்தை வாங்கிய உங்களுக்கு என் மனமார்ந்த நன்றி !

கிண்டிலில் வெளியான என் முந்தைய புத்தகத்தைப்('மக்கு') போலவே இந்தப் புத்தகத்திலிருந்து கிடைக்கும் பணம் முழுமையாக கிராமப்புற அரசுப்பள்ளி மாணவர்களின் கல்வி முன்னேற்றத்திற்காக பயன்படுத்தப்படும்.

காதல்.

இந்த வார்த்தையோட தொடர்பில்லாதவங்க யாருமேயில்ல. காதலுக்காகவே நாம வாழுறதில்லைன்னாலும் காதலில்லாம நாம வாழுறதில்லைங்க.

நீங்க ரசிப்பவருக்கோ, உங்கள ரசிக்கவேண்டியவருக்கோ அல்லது உங்க மனசுல உங்களுக்கானவரை நீங்க ரசிச்சி லயிக்கவோ நிச்சயமா இந்தப் பத்தகம் ஒரு 'நினைவு'ப் பரிசா அமையும்.

இந்த உலகத்துல எதுலல்லாம் காதல் இருக்குன்னு யோசிச்சா எதுலல்லாம் காதல் இல்லைன்ற கேள்வி தான் பதிலா கிடைக்குது. இந்த பத்தகத்துக்கு பேர் கூட அப்படிக் கிடைச்ச பதில் தான். ஆம். காண்பதெல்லாம் காதல் தான்.

வாருங்கள், காதலிப்போம் !

அருண்
வேலூர்
தமிழ்நாடு
A9791515695@gmail.com

22	#கைவிரல்களும்_காதலும்
23	#நிழற்சிற்பியும்_காதலும்
24	#துணிதுவைத்தலும்_காதலும்
25	#சிலையும்_காதலும்
26	#குளமும்_காதலும்
27	#சாரலும்_காதலும்
28	#நிழலும்_காதலும்
29	#நிசப்தமும்_காதலும்
30	#ஆடையும்_காதலும்
31	#மழையும்_காதலும்
32	#தேடலும்_காதலும்
33	#விலகலும்_காதலும்
34	#வெட்கமும்_காதலும்
35	#கடற்கரையும்_காதலும்
36	#பேருந்தும்_காதலும்
37	#படவையும்_காதலும்
38	#நடந்ததும்_காதலும்
39	#**Flyingkiss**ம்_காதலும்
40	#ஊடலும்_காதலும்
41	#அறிவும்_காதலும்
42	#சிலையும்_காதலும்

63	#பொங்கலும்_ காதலும்
64	#காய_வைத்த_துணிகளும்_காதலும்
65	# துணிக்கடை_பொம்மையும்_காதலும்
66	# நான்கு_சுவர்களும்_காதலும்
67	# ஒற்றைத்_தலையணையும்_காதலும்
68	#கட்டும்_படவையும்_காதலும்
69	#விழித்திருப்பும்_காதலும்
70	#பரிதலும்_காதலும்
71	#உன்னிருப்பும்_காதலும்
72	#கடலும்_காதலும்
73	#பொங்கலும்_காதலும்
74	#மடியும்_காதலும்
75	#தனிமையும்_காதலும்
76	#நரைமுடியும்_காதலும்
77	# ஸ்வீட்டும்_காதலும்
78	#என்சாவும்_காதலும்

♥

அனைவருக்கும்
முதலெழுத்தும்
உயிரெழுத்தும்
'அ'

எனக்கு மட்டும்
'நீ' !
#எழுத்தும்_காதலும்

♥

என் காதோரம்
காய்ந்த உதடுகளுடன்
நீ வந்து சொல்லும்
ரகசியங்கள் முழுமையாகக்
காதில் விழுவதேயில்லை
ஈர உதடுகள் எப்போதும்
வார்த்தைகள் உதிர்ப்பதுமில்லை

#காதோரமும்_காதலும்

🩶

நான் போர்வையைத் தேடும் இரவுகளில்
நீ இருப்பதில்லை

நீ இருக்கும் இரவுகளில்
நான் வியர்வையைத் துடைப்பதுமில்லை

#வியர்வையும்_காதலும்

🩶

எவளை நம்பினாலும் சரி
இந்த தமிழை மட்டும் நம்பாதே
தந்திரக்காரி அவள் !
எல்லோர்க்கும் இது
நள்ளிரவாம்
நான் உனைக்
கனாவில் கண்டுவிட்டேனென
எனக்கு மட்டும் இது
நல்லிரவாம்
நான் முன்பே சொன்னேனில்லையா ?
எவளை நம்பினாலும் சரி
இந்த தமிழை மட்டும் நம்பாதே

#கனவும்_காதலும்

விடியற்காலை அலாரம் கேட்டெழுந்து
முக்கி முனகி பல் துலக்கி
தூக்கம் கலைய
கொதிக்கும் நீரில் குளித்து
ஒரு பிஸ்கட் பாக்கெட் எடுத்து
ஒரு பாட்டில் தண்ணீரும் பையில் போட்டு
ஓட்டமும் நடையுமாக நேரமாகவே
ரயில்வே ஸ்டேஷன் சென்று
பொரிக்குக் காத்திருக்கும்
மீன்களைப் போன்ற கூட்டத்தில் சேர்ந்து
கால் கடுக்க நின்று
தூரத்தில் **JP** வருவதைப் பார்த்தவுடன்
மாரதானின் விசில் சத்தத்திற்காக
தயாராக நிற்பதைப் போல் தயாராகி
வண்டி நின்றதும் யாரையும் இறங்க விடாமல்
மேலேறும் கூட்டத்தில் ஒன்றிக்கொண்டு
பத்து நாட்கள் பசியாயிருக்கும்
பிச்சைக்காரரைப் போல்
சீட்டிற்காக அலைந்து அலைந்து
எங்குமே இடம் கிடைக்காமல்
லக்கேஜ் ஏரியாவில் ஏறி
வளைந்து உட்கார்ந்தபடி
பசியோடு சிறுநீர் கூட கழிக்காமல்
இடத்தைப் பாதுகாத்தபடி

வருமா வருமா என எதிர்பார்த்துக்கொண்டே
சென்ட்ரலை அடைந்தவுடன்
ஓட்டமும் நடையுமாய்
வெளியில் வந்து சாலையில் இறங்கி
கூட்ட நெரிலசில் சிக்னலுக்காகக் காத்திருந்து
போக்குவரத்துக் காவலர் கையசைத்தவுடன்
குடுகுடுவென ஓடிப்போய்
ப்ளாட்பார்மில் ஏறிக்கொண்டு
வேக வேகமாய் பார்க் ஸ்டேஷனை அடைந்து
எதிரே நின்றுகொண்டிருக்கும்
ட்ரெய்னில் ஏறி அடுத்தபக்கம் இறங்கி
தாம்பரம் வரை செல்லும்
வண்டிக்காகக் காத்திருந்து
வந்தவுடன் கடலில் குதித்த மழைத்துளியாய்
உள்ளே நுழைந்து மிதிவாங்கி
இடிபட்டு உதைவாங்கி
தலை கலைக்கப்பட்டு
இரண்டாம் முறை குளித்து
மாம்பலம் வந்தவுடன்
என்னை நானே பிடுங்கி வெளியில் போட்டு
இமயமலையெல்லாம்
எப்டி தாண்டாப்பா ஏறுறீங்களோ
என மனதில் நினைத்தபடி
அந்த படிக்கட்டுகளில் ஏறி
அந்தப்பக்கம் இறங்கியவுடன்
அப்பாடாவென இருக்கும்,
ரங்கநாதன் தெரு.
பயலில் சிக்கிய பூவாய் என்னை

பத்திரமாகப் பார்த்துக்கொண்டு
கூட்டத்தில் உள்நீச்சலடித்து பின்
சரவணா ஸ்டோர்ஸ் ஓனரின்
அட்வர்டைஸ்மண்ட்களை மனதில் நினைத்தபடி
அவர் கடையினுள்ளே நுழைந்தால்
அவர் போட்டோவும், நயன்தாரா
போட்டோவும் இருக்கும்.
சரி நமக்கெதுக்கு வம்பென
கொண்டு வந்த பையை
முண்டியடித்து டோக்கன் போட்டு
மொட்டை மாடிக்கே மூன்று முறை
ஏறி இறங்கும் நேரம் வரை
வியர்த்து வியர்த்து காத்திருந்து
கப்பலுக்குப் பதில் கிண்ணத்தை வைத்தாற்போலுள்ள
லிப்ட்டில் ஏறி
யார் பிதுக்குகிறார்கள்
எதற்கு பிதுக்குகிறார்கள்
என விழியும் பிதுங்கியபடி
கரும்ப மிஷினுக்குள்
நுழையும் கரும்பகளுக்கு
வீரவணக்கம் செலுத்தி
லிப்ட்டிலிருந்து வெளியேறி
படிப்படியாக எல்லா மாடிகளிலும்
தேடித்தேடி வாங்கி
எடை குறைந்த ரேஷன் பொருட்களையும்,
வரிசையிலேயே நிற்காத
தனித்துவமான தமிழ்நாட்டின் க்யூக்களையும் மனதில்
நினைத்தபடி

நின்று நின்று
ஒரு வழியாகப் பில் போட்டு
பசி மயக்கத்தில் எல்லாப் பைகளையும்
தூக்க முடியாமல் தூக்கியபடி
தரைத்தளம் வந்தவுடன் டோக்கனை நீட்டி
பையைக் கேட்டால் அண்டர்கிரவுண்ட் கவுண்டரில்
வாங்கிக்கொள்ளச் சொல்வார் அந்த இந்திக்காரர்
சரியென மேலே ஏறுவோமா எனத் தெரியாமல்
தள்ளாடியபடி கீழிறங்கி க்யூவில் நின்று
டோக்கனை நீட்டி பையை வாங்கி
படிக்கட்டில் வந்து நின்று
எதை எடுத்து எதில் போடுவதென்று தெரியாமல்
நிர்மலா சாதாராமன் போல
எதையோ எடுத்து
எதிலோ போட்டு
கிளம்பிப் போய் முப்பது ரூபாய்க்கு
சாம்பார் சாதம் வாங்கி
சாப்பிட முடியாததை உள்ளே தள்ளி
அய்யய்யோ நேரமாகி விட்டதென
ரங்கநாதன் தெருவில் நீந்தி
அத்தனை மூட்டைகளையும் தூக்கி
படிகளேறி விழாமல் நடந்து மீண்டும் இறங்கி
காலையை விட மாலையில்
அதீதமாயிருக்கும் கூட்டத்துடன் மோதி
ட்ரெயினேறிப் பிதுங்கி
பார்க்கில் இறங்கி
எப்படியாவது பிடித்துவிடவேண்டுமென
மேல்மூச்சு கீழ்மூச்சு வாங்கி

சென்ட்ரலின் ப்ளாட்பார்ம்களில் தேடி
ஊர் செல்லும் ரயில்
கிளம்பும் நேரத்தின் இறுதிப் பொழுதில்
ஏறி கழிவறையருகே நிற்கவே இடமில்லாமல்
பைகளுடன் நின்றுகொண்டே
போகவும் வரவும்
ஏறவும் இறங்கவும்
யாருக்கும் இடமளிக்க முடியாமல்
பலரிடம் திட்டும் வாங்கியபடி
மாட்டிக்கொண்டிருக்கும் பையிலிருக்கும்
பச்சைத் தண்ணீரைக்கூட எடுக்க முடியாமல்
அதனால் குடிக்க முடியாமல்
தலை சுத்தலை தாங்கிக்கொண்டு
ஊர் வந்து சேர்ந்து
கண் கூசும் எதிர் வெயிலில்
ஒன்றரை கிலோமீட்டர் தூரம்
பைகளுடன் நடந்துவந்து வீடு சேர்ந்து
அடக்கி அடக்கி அடிவயிற்றில்
வலியோடிருந்ததன் காரணமான
சிறுநீரைக் கழித்து அதன் பின்
கால் நீட்டி தரையிலமர்ந்து
தண்ணீரைப் பையில் தேடியெடுத்து
தொண்டை வலியில்
கொஞ்சமாய் குடித்து முடித்தபின்,
சரவணா ஸ்டோர்ஸ்ஸின் படிகளில்
அமர்ந்து பைகளில் அடக்கிய,
காலண்டரை வெளியிலெடுத்து
பர பர வென

விரைவாகப் பரட்டி
உன் பிறந்த நாளைத் தேடி
அந்த தாளைத் தொட்டுத் தடவிப்பார்க்கும்
'அந்ந்ந்ந்த நொடி'
புன்னகைத்தபடி
பறந்தே போகும்
நான் விடிகாலை முதல்
அலைந்து திரிந்த
அத்த்த்த்தனை அலுப்பும்...

#புது_காலண்டரும்_காதலும்

பறவைக் கூட்டத்தின்
நடுவில் நீ !
பறக்கத் தொடங்கின
பறவைகள்,
என் கூடவே !

#பறவையும்_காதலும்

கண் மூடி
கட்டிக்கொண்டு படுத்துக்கிடக்கையில்
திடீரென அலறும்
அலைபேசி அழைப்பைப்போலத்தான்

நான் தனிமையில்
உனை நினைத்து துடித்துக்கிடக்கையில்
'விடிந்தது' என நினைவூட்டும்
இரக்கமற்ற அலாரமும் !

#அலாரமும்_காதலும்

பூச்செடியின் முட்கள்
கையில் ஏந்தும் வரை
குத்துவதில்லை,
நீயும் கூட
என் நெஞ்சில் சாயும் வரை...

#குளிரும்_காதலும்

முதல் இரவு

****

எல்லா இரவுகளும்
கட்டிப்பிடித்தே படுத்துக்கிடந்தோம்
முதல் முறை
மாதவிடாய்
எனக்கு முன்பே
படுக்கையில் கிடந்தாய்
சுருண்டு கிடப்பதைப் பார்த்தபடி
அருகில் கிடத்திக்கொண்டேன்
எல்லா இரவுகளும்
கட்டிப்பிடித்தே படுத்துக்கிடந்தோம்
அன்று மட்டும்
இறுக்கமாய் கட்டிக்கொண்டு உறங்கினாய்
திரும்பிப் படுத்தபடி
பின்னாலிருந்து அணைக்கச் சொன்னாய்
நிம்மதியாய் உறங்கினாய்
அசைந்தபடி அரைக்கண்கள் திறந்து
என் கையை நீட்டி
தலை வைத்து அசந்து தூங்கினாய்
எப்போதோ எழுப்பி தண்ணீர் கேட்டாய்
கொடுத்தவுடன் குடித்துவிட்டு
தள்ளிப் படுக்கச்சொல்லி
என் விரல்களை மட்டும்
தொட்டுக்கொண்டு படுத்தபடி தூங்கிப்போனாய்
என்ன நடந்ததோ தெரியவில்லை

திடீரென கையை இறுகப்பற்றியபடி
தூங்கத்தொடங்கினாய்
ஒற்றைக் கையையும் உதறிவிட்டு
ஆழ்ந்து உறங்கிப்போனாய்
நான் என்ன செய்வதென்றே
தெரியாமல் விழித்துக்கொண்டிருக்க
விடியத்தொடங்கியது கண்ணும் கருத்துமாய் வானம்,
இரவெல்லாம் தூங்காமல் கடந்ததில்
சொக்கத் தொடங்கியது எனக்கு,
மாதவிடாய் அன்று காதல் !

#மாதவிடாயும்_காதலும்

உன்னழகு தாளாமல்
உன் ஆடையே
தன்னை கிழித்துக்கொள்ளும்போது
என் இதயமெல்லாம்
எம்மாத்திரம் ? !

கிழிசலும்_காதலும்

எத்தனை கிலோ இருக்கிறேனென
எடை பார்க்க ஏறினால்
"நீ மட்டும் ஏறி நில்
அவளை இறக்கி வை "
எனச் சொன்னபடி
வந்து விழுகிறது அட்டை !

#எடையும்_காதலும்

பற்களைக் கடித்தபடி
படாரென அறையுமளவு கோபத்தோடு
பேசி முடித்தவுடன்
உனை நினைவூட்டும்
ஏதோ ஓர் பாடல் கேட்கும் . . .

பல் இளித்தபடி
வெட்கத்துடன்
தரை நோக்கி
நடந்து கொண்டிருப்பேன் நான்!

#கோபமும்_காதலும்

சலசலவென ஓடிக்கொண்டிருந்த
ஆற்று நீர் உனை
அண்ணாந்து பார்க்கும்
பார்த்தவுடன் மயங்கும்
மயங்கியபடி விழுந்த
அதன் பெயர் அதற்கப்பால்

'நீ'ர் வீழ்ச்சி. . .

#நீர்வீழ்ச்சியும்_காதலும்

♥

நீ
சாய்ந்து
மரங்கள்
மட்டும்
எழவேயில்லை
இன்னும் . . . !

#மரமும்_காதலும்

♥

செருப்ப முத்தமிடும் கால் விரல்களை
நான் முத்தமிட்டால் மட்டும்
ச்சீ என்பாய் நீ
சாலையில் வேகமாய் வருபவர்கள்
மேடு பள்ளங்களில் விழுவதைப் போலவே
உன் மேடு பள்ளங்களில்
எனை விழ வைத்துவிடுகிறாய் நீ
முடியதைத் திறக்கும் போது
திறந்ததை மூடுவாய் நீ

#வெட்கமும்_காதலும்

குளிர் நீருக்கு
வியர்த்துப் போய்த்தான்
உன் கூந்தலிலிருந்து குதித்து
தற்கொலைக்கு முயல்கிறது

காப்பாற்றி தனக்குள்
புதைத்துக்கொள்கிறது
உன் வெள்ளை நிற
மென்மையான டவல் !
உன் வெப்பம் தாளாத நானென்ன செய்ய?

#டவலும்_காதலும்

என் மூடாத கண்களின்
கனவு நீ !
என் மூடிய கண்களின்
நினைவும் நீ !
தேடாமல் கிடைத்த
செல்வம் நீ !
தேடினாலும் கிடைக்காத
செல்லம் நீ !
என் சிரிப்பின்
அர்த்தம் நீ !
என் சிந்தையின்
ஆழம் நீ !
இறுகப்பற்றும்
மென்காற்று நீ !
இறுக்க வைக்கும்
பூங்கொத்து நீ !
நிமிர்ந்திருந்தவனை
சாய்த்துச் சிரித்தாய் நீ !
சாய்ந்திருப்பவனை
நிமிரவே விடமாட்டாய் நீ !
எண்ணத்திலும் எழுத்திலும்
நிரம்பிக்கொள்வாய் நீ !
இன்னும் ஆழ இன்னும் ஆழ
இறங்கிச் செல்வாய் நீ !
தேடிய வரை
கிடைத்ததில்லை நீ !

இத்தனைத் தூரம்
தொலைந்ததில்லை நீ !
மூச்சுக்காற்றில்
பரந்திருப்பாய் நீ !
பெருமூச்சுகளின்
முழுமுதற் காரணமும் நீ !
நீ தான் நீ !
நாம் தான் நீ !
நான் தான் நீ !
நீ...
நீ......
நீ.........

#நீயும்_காதலும்

❤

வேகமாய் அடித்த
சூறைக்காற்றில்
உன் மீது
மோதிப் பறந்த கிளி மட்டும்
கூட்டை அடைந்தவுடன்
பெயர் மாற்றம்
செய்துகொண்டது
'பஞ்ச வர்ணக்கிளி'

#வண்ணங்களும்_காதலும்

பகலென்ன இரவென்ன
அருகென்ன தொலைவென்ன

உனக்காக சிந்தும் வியர்வை மட்டும்
எப்போதும் இனித்திருக்கும்

பெறுவது பேறானால்
வலி உனக்கு சுகம் எனக்கு
பெறுவது பேரானால்
வலி எனக்கு சுகம் உனக்கு

என்றேனும் ஒரு நாள்
என் வலியை நான்
உயர்த்திப் பேசினால்
கன்னத்தில் அறைந்து
உண்மை சொல்

'வலி உனக்கு
வாழ்க்கை நீ எனக்கு
வாழ்நாள் வரை
நீ உடனிருக்கும் போது
நான் வாழ்வதே வரமெனக்கு'

#அலட்சியமும்_காதலும்

எத்தனை நேரமாகியும் விடியவில்லையே
என எட்டிப் பார்த்திருந்தேன் வானத்தை
எட்டும் தூரத்தில் நீ இல்லவே இல்லை
என உணர்த்தியது எனைக் கட்டிக்கொண்டிருந்த
பேரிருள் !

#தனிமையும்_காதலும்

உனக்கும் வானவில்லுக்கும்
குடுமிபிடிச் சண்டை
பார்த்தவுடன் ஓடி வந்து
அதன் கூந்தலைப் பிடித்திழுத்து
பளாரென அறைந்தேன்
சாகக்கிடக்குமளவு சுருண்டு விழுந்தது
என்னவென விசாரித்தேன்...

உயரத்தில் எனக்குக் கத்தரிக்காய் நீ – ஊதா
ஸ்வெட்டர் போடச் சொல்லும் குளிர்ப் பார்வை –
வெளிர் நீலம்
கடல் போன்ற அன்பு – நீலம்
எப்போதும் பசுமையான உன் அழகு – பச்சை
மஞ்சள் தயாரிக்கும் உன் இடை – மஞ்சள்
இனிப்பான இதழ்ச் சுளைகள் – ஆரஞ்சு
எனை நினைத்து தூங்காமலிருக்கும் உன் கண்கள் –
சிவப்பு
தாடையில் கைவைத்தபடி
சற்று நேரம் யோசித்தேன்...
"தப்பேயில்லை, இந்தா பிடி"
என உன் கூந்தலைப் பிடித்திழுத்து
தர தரவென கொண்டு போய்
அதன் கையில் ஒப்படைத்து விட்டேன்,
"இனி நீயாச்சு, அவளாச்சு"

#வானவில்லும்_காதலும்

காய்கறிக் கடை
உன் விரல் படும்
வெண்டைக்காய்கள் மட்டும்
முருங்கைக்காய்களாய் முறுக்கிக்கொள்ளும்.
பங்காளிச் சண்டை.

#கைவிரல்களும்_காதலும்

சொட்டிக் கொண்டிருக்கும்
உனதுழகைக் கூட்டிப் பெருக்கி
சேகரித்து அதிலுன்
கண் மை சேர்த்து
காஜல் சேர்த்து
ஐ லைனர் சேர்த்து
மஸ்காரா சேர்த்து
அதில் கொஞ்சம் வளைவுகள் ஊற்றி
பிசைந்து
உருட்டி திரட்டி
சிலையெனச் செய்து
அதை உன்
காலடியில் ஒட்டித் திரும்பினால்
நீயதை 'நிழல்' என
சிரித்துக் கடந்தாய்...

#நிழற்சிற்பியும்_காதலும்

எல்லோரின் ஆடைகளும்
துவைக்கப்படும்
நீ உடுத்திய ஆடைகள் மட்டும்
எப்போதும் குளிர்விக்கப்படும் !

#துணிதுவைத்தலும்_காதலும்

நீ கோவிலுக்குச் செல்லும்
நாட்களில் மட்டும்
'சிலை' தன்னைத்தானே
மூன்று முறை சுற்றிக்கொள்ளும்,
உனைப் பார்த்தபடி !

#சிலையும்_காதலும்

மழை வந்து
தேங்கினால்
குளம்.
நீ வந்து
தேங்கினால்
நான் !

#குளமும்_காதலும்

ஈரச்சாரலில் உனை
இடும் முத்தங்கள்
தரும் இதம்
கானல் நீரும்
தாகம் தீர்க்கும்
மாயம்

#சாரலும்_காதலும்

உனக்குப் பின்னாலிருக்கும்
நிழலிற்குத் தெரியாது
நீ எத்தனை அழகென்று !
அதன் முன்னாலிருக்கும்
உனக்கும் தெரியாது
உன் நிழல்
அத்தனை அழகென்று !

#நிழலும்_காதலும்

மழை.
பெய்து கொண்டிருக்கிறது...
இரவு.
கடந்து கொண்டிருக்கிறது...
நீ.
உறங்கிக் கொண்டிருக்கிறாய்...
நான்.
புரண்டு கொண்டிருக்கிறேன்...
ஆம்.
எங்கோ வண்டுகளிரண்டு
இலைகளுக்கிடையில் கட்டிக்கொண்டிருக்கின்றன.

நள்ளிரவு 2. 03 மணி

#நிசப்தமும்_காதலும்

🩶

நீ துவைத்து மடித்து வைத்திருக்கும் ஆடை
வாய் மூடி புலம்பிக்கொண்டிருந்தது

நீ துவைத்து காய வைத்திருக்கும் ஆடை
செத்த பிணமாய்த் தொங்கிக்கொண்டிருந்தது

நீ அணியவிருக்கும் ஆடை
கத்திக் கதறிக்கொண்டிருந்தது

நீ அணிந்து கொண்டிருக்கும் ஆடை
வாயடைத்துப் போயிருந்தது

நீ அணிந்து வீசிய ஆடை
போதையில் பிதற்றிக் கொண்டிருந்தது

#ஆடையும்_காதலும்

மழையும்
உனைப்போலத்தான்
எனை நனைத்துக்கொண்டே இருக்கிறது...

என்ன ஒரே வித்தியாசம்

மழையில் நனைந்து
நான் சூடானதேயில்லை...

#மழையும்_காதலும்

தொடக்கம் ஒன்றும் பதிதல்ல
தேடல் தான்
வாழ்தல் ஒன்றும் கடிதல்ல
தேடல் தான்
பிரிவு ஒன்றும் வலியல்ல
தேடல் தான்
மொத்தமும் தேடல் தான்
முத்தம் கூடத் தேடல் தானே?
வாழ்தலில் காதல் மட்டுமென்ன
தேடல் தானே?
கூட்டைத் தேடும் பறவை போல்
சூப்ப விரல் தேடும் குழந்தை போல்
பருக்கை தேடும் எறும்பு போல்
வெளிச்சம் தேடும் விட்டில் போல்
எண்ணெய் தேடும் திரி போல்
மலர் தேடும் தேனி போல்
கரை தேடும் அலை போல்
உனைத் தேடிக்கொண்டிருப்பேன்
எனைத் தொலைத்த உன்னுள்...

#தேடலும்_காதலும்

அறிவிக்கப்படாத
மின்வெட்டுகள் போலத்தான்
இதழ் பிரித்து
முகம் விலக்கி
திறந்திருக்கும் கதவை
எட்டிப்பார்க்கும் நீ !

#விலகலும்_காதலும்

சாயம் போன வண்ணத்துப்பூச்சிகள்
மொத்தமாக உன் கண்ணம் தேடி
வந்துகொண்டிருக்கின்றனவாம் . . .

' சொல்லி வை ' அவற்றிடம்,
நாம் முத்துமிடும் வரை
காத்திருக்கச் சொல்லி . . . !

#வெட்கமும்_காதலும்

விடியற்காலையில்
கடற்கரைச் சூழலில்
கண்ணில் கண் செருகி
பார்த்துக்கொண்டிருக்கையில்
உன் வெட்கமும், சூரியனும்
போட்டி போட்டு உதிக்கும் . . .
கடற்கரை மணலில்
காலூன்றி நடக்கையில்
காதலும்,
காற்றும்,
கன்னாபின்னாவென வீசும் . . .
அன்பப் பிணைப்பில்
உயிரின் இணைப்பில்
இறுக்கிக்கொள்ளத் தோனும்,
கூச்சம் நம்மைக் கொல்லும் . . .

#கடற்கரையும்_காதலும்

♥

பயணித்துக்கொண்டே
உன் மேல்
நான் சாய்ந்துறங்கும் பேருந்து,
எனக்கு மட்டும் மகிழுந்து !

#பேருந்தும்_காதலும்

♥

மேடுகளில் ஏறிக்கொள்ள
முந்தானைக்கு சம்மதம் சொல்லி,
இடையினில் செருகிக்கொள்ள
மடிப்புகளுக்கு அழைப்பு விடுத்து,
ஒட்டுமொத்தமாய் அணைத்துக்கொள்ள
புடவைக்கு வாய்ப்பும் அளித்தால் . . .
அது
அழகாய் இல்லாமல்
வேறெப்படி இருக்குமாம் ?

#புடவையும்_காதலும்

நடந்ததையெல்லாம் அப்டியே எழுதிட்டு
இதுத்தான் கவிதன்னு சொல்லிக்கிட்டு
ஊருக்குள்ள சுத்திக்கிட்டு திரியுறியா நீ ?
என்றாய். ஆம்.
நடந்தவை கவிதையென்றால்
நானென்ன செய்ய?
நீ நடந்தது
நான் உனக்கு முன்னே நடந்தது
நான் உன் கூடவே நடந்தது
நான் உன் பின்னால் நடந்தது
நான் உன் கைப்பிடித்து நடந்தது
நான் உன் கையுரசி நடந்தது
நான் உன் கைக்கோர்த்து நடந்தது
நான் உன் தோளணைத்து நடந்தது
நீ என் கூட இருக்கும்போது
என்னென்னவோ நடந்தது
என எல்லாமே கவிதையாயிருக்க
நானென்ன செய்ய?

#நடந்ததும்_காதலும்

Slow motionல் கண்களை மூடி
மெல்ல மெல்ல உதடுகள் குவித்து
உம்ம்ம்ம்ம்ம்ம்மா என அனுப்பி விட்டாய்
உன் பறக்கும் முத்தத்தை...
காற்றினில் போதை கொண்டு
பறந்துவந்த உன் முத்தம்
சுற்றும் முற்றும் பார்த்துவிட்டு
காணோம் அவனையென
மீண்டும் உன் இதழ்களையே
வந்து சேர்ந்தது...
பாவம்,
கீழே விழுந்து கிடந்தவனை அதற்குக்
கவனிக்கத் தெரியவில்லை...

#Flyingkissம்_காதலும்

இனியொரு முறை
காற்றைத் தூது அனுப்பாதே
புயல் வந்து பறக்கச் செய்கிறது
கடலைத் தூது அனுப்பாதே
சுனாமியால் சூழ்ந்து கொள்கிறது
மழையைத் தூது அனுப்பாதே
வெள்ளக்காடாய் மாற்றி விடுகிறது
ஒளியைத் தூது அனுப்பாதே
கதிரவன் நெருங்கி வந்து சுட்டெரித்துக் கொல்கிறது
ஒலியைத் தூது அனுப்பாதே
சத்தமின்றி எனை செவிடனாக்கிச் செல்கிறது
மனதினால் மட்டும் நினைத்துக்கொள்
உணர்வுகள் வந்து உயிர் கலக்கட்டும் !

#ஊடலும்_காதலும்

❤

நான்: உன்னிடம் இருப்பதிலேயே
எனக்கு மிகவும் பிடித்தது எது?

"தெரியலயே"

நான்: அழகானது அது.

"ம்ஹூம் தெர்ல"

நான்: பெரியது அது.

"ஏய் ச்சீ உன்ன..."

நான்: ஸ்ஸ்ஸ்ஸ் ஆ...
கிள்ளாதே வலிக்கின்றது

நான் உண்மையில் சொன்னது
உன் அறிவைத்தான்,
நான் எதை நினைத்தாலும்
மிகச்சரியாகப் புரிந்துகொள்ளும்
உன் பேரறிவைத்தான்...

#அறிவும்_காதலும்

விடியற்காலை எழுந்து
தலை குளித்து
பட்டுடம்பில் பட்டு கட்டி
ஈரக்கூந்தலில் காற்றை
ஈரப்படுத்தி
மல்லிகைப்பூ ஒரு முழமும்
அதன் நடுவே
செவ்விதழ் ரோஜாவும் வைத்து
சந்தனமும், குங்குமமும்
பொட்டின் மேலே அடுக்கி
சேலையுரசும் சரசர சத்ததுடன்
அழகுகளை அளவுகளில் அடைத்து
மென்பாதங்களில் பூமி
சுகமுணர மிதித்து
விண்ணிலிருந்து குதிக்காது
மென்மையாய் மிதந்துபடி இறங்கிய
எத்தனையோ தேவதைப் பெண்கள்
சென்றுபோதெல்லாம் கூட
சலனமேயில்லை...

நீ சென்று வந்த கோவிலில்
இப்போது சிலைகளுக்குள்
"சக்களத்தி சண்டை"

#சிலையும்_காதலும்

♥

தோற்றுத்தான் போகிறது
விரல் கோர்க்க
உன் கைத்தேடும்
என் முன்
முலைக்காம்பில்
பால் தேடும்
பச்சிளங்குழந்தை

#கைகோர்த்தலும்_காதலும்

♥

மழை போன்று
என் மீது பொழியும்
எனை நனைக்கும்
எனை நினைக்கும்
நினைவிலென்னை அணைக்கும்
இதயங்களின் இதழ்களிணைக்கும்
பொழுதினில் சத்தமின்றி
இலையொன்று மரத்திலிருந்து விழும்
முத்தமிட்டு என் தாடிக்குள்
ஒளிந்துகொள்ளும் தென்றல்

#வானிலையும்_காதலும்

வருடத்தில் உன் அழகைச்
சிலாகிக்கும் நாட்கள்
மூன்றே மூன்று தான்

நேற்று
இன்று
நாளை

#நாட்களும்_காதலும்

உன்னை எத்தனை முறை
எண்ணுகிறேன் என ஒரு
எண்ணிக்கைக்காக
காகிதத்தில் புள்ளிகளிட்டு
குறிக்கத்தொடங்கினேன்
ஓரிரு நாட்களாய்
இரவும் பகலுமாய்
தொடர்ந்து கொண்டேயிருந்தது. . .
என்னை நீ
நினைத்ததனாலோ என்னவோ
இருமல் வந்தது
தண்ணீர் குடித்து
தலையில் தட்டியபடி
திரும்பிப் பார்கையில்
குறித்துக் கொண்டிருந்த
காகிதத்தைக் காணோம் !
ஜன்னலைத் தாண்டி வந்து
காகிதத்தை முத்தமிட்ட காற்று
கடத்திக்கொண்டிருந்தது காகிதத்தை. . .
கால் இடராமல் ஓடிச்சென்று
கொல்லைப்புறத்தில் காகிதத்தை
கையில் பிடித்திழுத்து பறித்த போது தான்
கண்ணில் பட்டது வானம்
இத்தனை ஜென்மங்களாயும்
உன்னை நினைத்து நினைத்து

எடுத்து வைத்த குறிப்பகளை
லாவகமாய்த் திருடிச் சென்று
வானில் ஒட்டி வைத்திருந்தது காற்று
நட்சத்திரங்கள் !
அவையெல்லாம் சரி
நான் குறித்து வைத்த புள்ளிகள்
அதென்ன நிலவென
நான் குழம்பிப் போய்
யோசித்துக் கொண்டிருக்கையில் தான்
காணாமல் போன உன்
பாஸ்போர்ட் சைஸ் புகைப்படமொன்று
நினைவிற்கு வந்தது !

பாஸ்போர்ட்_சைஸ்_போட்டோவும்_காதலும்

கட்டினவன் அருகிலிருக்க நீ,
கட்டியதைத் தேடும்
காலைப் பொழுதினில்
கட்டியதை எடுத்து
கச்சிதமாய் அதை
கட்டிலுக்கடியில் செருகிவிட்டு
கண் மூடியுனை இறுக்கமாய்
கட்டிக் கொண்டு
கண்டபடி திட்டும் வாங்கியபடி
காதலின்
கலையுடன் விடியுமென்
காலைக்
காலை !

#காலையும்_காதலும்

நாம் ஒன்றாய்க் கைகோர்த்து
நடந்து செல்கையில்,
'எப்போதென் கைப்பிடித்து இறுக்குவாய்'
எனத் தெரிந்திருக்கும் அந்த
ஒற்றை ஞானம் போதும்
இனி வரும் ஏழேழு ஜென்மங்களுக்குமான
உன் கணவனாகும் தகுதியுடன் நான் !

#இறுக்கமும்_காதலும்

திடுக்கிட்டுக்
கண்விழித்துப் பார்க்கும் நேரம்
என் கைகளில்
நீ படுத்துறங்கும் இரவுகள்
நள்ளிரவன்றி
நல்லிரவே !

#விழிப்பம்_காதலும்

காதலிக்கும் போதான
கவிதைகளுக்கெல்லாம்
ரெட்டைப் பருவங்கள் உயர்த்தினாய் நீ !
மனைவியான பின்னதான
கவிதைகளுக்கு மட்டும்
ஒற்றைப் பருவம் உயர்த்துகிறாயே,
ஏன்?

#பருவமும்_காதலும்

மலை உச்சியில்
மெல்லச் சொட்டும் நீர்
வழியத்தொடங்கி
ஊற்றாகி
ஓடையாகி
ஆறாகி
அருவியாகி
மீண்டும் ஆறாகி
கடல் சென்று சேர்வதைப் போலத்தான்
விடிந்தது முதல்
எங்கெங்கோ சுற்றித் திரிந்து
இறுதி இருப்பிற்காக
இரவாகும்போது
உன் மடி சாய்ந்து உறங்குதலும் . . .

#தூக்கமும்_காதலும்

தூக்கமின்றித் தவித்துக்கொண்டே இருந்தது
நீ வரும்வரை காத்திருந்த தலையணை
தூங்க முடியாமல் தவித்துக்கொண்டே இருந்தது
நீ புரண்டு புரண்டு படுத்துக்கிடந்த பஞ்சு மெத்தை,
என்னைப்போலவே

#படுக்கையும்_காதலும்

நம் நிழல்களை வெட்டி
படுக்கையில் கிடத்திவிட்டு
படியேறி மொட்டை மாடியில்
கைப்பிடியில் சாய்ந்தபடி
தென்றலுரச
நாம் பேசிக்கொள்ளும் எல்லாமுமே
காதலை ஈன்றெடுக்கும்,
பிறந்த குடிக்காதல்கள்
வளர்ந்து வந்து
நம் உயிரெடுக்கும்...

#மொட்டைமாடியும்_காதலும்

டிக்...டிக்...டிக்
மகப்பேறு அறையினுள் நீ.
காற்றைக் கிழித்து
காதைத் துளைத்தது
உன் அலறல்.
சாவைத் தொட்டுப் பிழைத்தாய் நீ.
பிணமாய் நடந்துவந்து
ஆணோ, பெண்ணோ,
குழந்தைக்கருகில் படுத்திருந்த உனை
தொட்டுப்பிழைத்தேன் நான் !

#பிரசவமும்_காதலும்

‘ஆடை’க்கு
ஆழகு கட்டி
‘அழகாய் இருக்கிறேனா ? ’
எனக் கேட்டால்
‘ஆடை’ கேட்க வேண்டியதை
‘இவள் ஏன் கேட்கிறாள்?’
என்றிருக்கிறது !

#கேள்வியும்_காதலும்

உனக்கு சமைத்துத்தந்த நாளிலிருந்து
உன் பாட்டிக்கு என்னை ஆவதில்லை
உன் செலவுக்குக் காசுதந்த நாளிலிருந்து
உன் தாத்தாவிற்கு என்னை ஆவதில்லை
உன்னை நெற்றி முத்தமிட்ட நாளிலிருந்து
உன் தாயிற்கு என்னை ஆவதில்லை
உன்னைத் தோளோடு அணைத்த நாளிலிருந்து
உன் தந்தைக்கு என்னை ஆவதில்லை
உன் ஆடையைத் தேர்ந்ததிலிருந்து
உன் அக்காவிற்கு என்னை ஆவதில்லை
உன்னிடம் குட்டிச் சண்டையிட்ட நாளிலிருந்து
உன் அண்ணணிற்கு என்னை ஆவதில்லை
உன்னிடம் பிடுங்கித்தின்ற நாளிலிருந்து
உன் தம்பிக்கு என்னை ஆவதில்லை
உன் பின்னால் அமர்ந்தபடி வண்டியில் சுற்றிய
நாளிலிருந்து
உன் தங்கைக்கு என்னை ஆவதில்லை
உன்னிடம் பேசிய நாளிலிருந்து
உன் நண்பனுக்கு என்னை ஆவதில்லை
உன்னிடம் ரகசியம் பேசிய நாளிலிருந்து
உன் தோழிக்கு என்னை ஆவதில்லை
ஒவ்வொன்றாய்ச் சொல்லியபடி
ஒவ்வொருவரின்
பாஸ்போர்ட் சைஸ் புகைப்படமும்
மேசையின் மீது வைத்துக்கொண்டிருந்தேன்...
கொடுத்து வைத்தவள்டீ நீ

என்று சிரித்தபடி சொன்னேன்.
உள்ளங்கையால் எல்லாவற்றையும்
தள்ளிவிட்டு அழுதுகொண்டே சிரித்தபடி
என் நெஞ்சோடு புதைந்துகொண்டாய்...
என்னடி என்னாச்சு என்றேன்
அழுதுகொண்டே சிரித்தபடி
கொடுத்துவச்சவடா நான்
என்றபடி இன்னுமிறுகக் கட்டிக்கொண்டாய்...
நானென்ன செய்ய?

#நானும்_காதலும்

அதென்ன நான் கைப்பிடித்திழுக்கும்
ஆறேழு நொடிகளிலேயே
'போதுமா' என்கிறாய்?
நீ இழுக்கும் போதுமட்டும்
என் இதழ்களை உலரவிட்டாயா என்ன?
கதவைத்தட்டும் குழந்தைகளிடம்
கார்ட்டூன் பார்க்கச் சொல்வாயே,
நான் இழுத்தால் மட்டும்
அவர்களை ஒரு
விளம்பரம் கூட
பார்க்க விடுவதில்லை...
இன்று
இரண்டிலொன்று பார்த்துவிடுகிறேன்
வா...

#**instant**_முத்தங்களும்_காதலும்முக்கி முனகி

❤

என்றோ ஒருநாள்
உன் தாய்வீடு செல்வாய்
இது சரியில்லை
அது சரியில்லையென
குடுமிபிடிச் சண்டையிடுவாய்
நான் செய்து தந்த கறிசோறை
சொல்லிக்காட்டி குறைசொல்வாய்
புடவைக்கு ப்ளீட்ஸ் எடுக்க
எனைப்போலில்லையென்பாய்
ப்ளவுஸின் **knots design**
என்னைப்போல் கட்டவில்லையென்பாய்
கால் அழுத்தக்கூட
அவன்தான் சரியென்பாய்
என்னம்மா நீ
ஒன்னுத்துக்கும் லாயக்கில்லையென்பாய்
மகனென நினைத்திருந்தவளென்னை
கெடுத்து வச்சிருக்கான் எம்மகளையென
கடுங்கோபம் கொள்ளச்செய்வாய்
தொலைக்காத பொருளைத்
தொலைத்ததாய்ச் சொல்லி
ரெண்டாம் நாளே தேடி வருவேன் நான்
நல்லாருக்கீங்களா அத்தை என்றவுடன்...
முறைப்பாள் அவள்
சிரிப்பாய் நீ
முழிப்பேன் நான் !

#அம்மா_வீடும்_காதலும்

🩶

நீ என்னைத் திட்டாத
நாட்களில் மட்டும் நான்
வானிலை அறிக்கையைப் பார்ப்பதேயில்லை
வெளியில் செல்லும் போதே
குடை கொண்டு செல்வேன்...
வெள்ளத்தில் மாட்டாமலிருந்தால் சரி...

#வானிலை_அறிக்கையும்_காதலும்

🩶

இனி தினமும்
வேலைக்கு அனுப்பும் போது
முத்தமிட்டு அனுப்பாதே
மெயின் ரோடு
டர்னிங் சென்றவுடன்
துரத்திப் பிடித்து
"காலைல என்னடா
ட்ரங்க் அண்ட் ட்ரைவ்?"
என்கிறது காவல்துறை.
நான் அவர்களுக்கு
என்ன சொல்லிப் புரியவைக்க ? !

#டாடா_முத்தமும்_காதலும்

♥

நீ அந்த ஒரு நாளெல்லாம்
நின்றுகொண்டே வேலை செய்வாய்...
ஒரு வாரத்திற்கு முன்பிருந்தே
புலம்பத்தொடங்குவாய்...
நிற்க முடியாமல்
நின்று கொண்டிருப்பாய்...
வீடு வந்து சேர்ந்த பின்
'கொஞ்சமாச்சும் கவலப்படுறானா பாரு'
எனத் திட்டிக்கொண்டே தூங்கிப்போவாய்...
எனக்கு அந்த நாளின் ஒரே சந்தோஷம்
உன் கால் பிடித்து விடுவதே !!
நிறுத்தச்சொல்லாமல் தூங்கிப்போவாய்...
கண் வலிக்க தூங்காமல்
அழுத்திக்கொண்டிருப்பேன்...
நள்ளிரவில் எழுந்து பார்த்து
"அறிவேயில்லடா உனக்கு"
எனத் திட்டிக்கொண்டே படுக்கச்சொல்லி
என்மேல் கைபோட்டு தூங்கிப்போவாய்...
காலும் போட்டிருக்கலாமேயென
கைப்பிடித்துவிடத் தொடங்குவேன்...

#கால்வலியும்_காதலும்

எத்தனை முறை தான் கேட்பது?
குளித்து முடித்து வந்தால் மட்டுமென்ன?
அதே நான் தானே என்கிறாய்.
காலை மலர்ந்த ரோஜாவை முகர்ந்திருக்கிறாயா?
பெய்த மழையின் மண்வாசம்?
புத்தம் புதிய புத்தகத்தின் வாசம்?
உனக்காக நான் செய்த உணவின் வாசம்?
நம் குழந்தைகளுக்குப் பாலுட்டினாயே
அப்பாலின் வாசம்?
எதுவெல்லாமோ நானும் முகர்ந்திருக்கிறேன் தானே?
எல்லாமே மறக்க முடியாத வாசம் தானே?
எதுவுமே மறக்கடிக்கும் உன் வாசம் போலில்லையே !
எல்லாமே என்னை ரசிக்க வைத்தவை தானே?
எதுவுமே இப்படி இழுத்துத் தொலைக்கவில்லையே !

#குளியலும்_காதலும்

சமையலறையில் நின்றபடி
பொங்கல் செய்துகொண்டிருந்தாய்
பின்னால் வந்து நின்றுகொண்டு
ஒரேயொரு முத்தம் கொடேன் என்றேன்
முறைத்தபடி திரும்பி நின்றாய்
பாவமாய் முகத்தை வைத்தேன்
போனால் போகிறதென
நெருங்கி வந்து ஒற்றை முத்தம் தந்தாய்
எண்ண மறந்துவிட்டேனென
ஏமாற்றி ஏழெட்டு முத்தங்களை
வாங்கிவிட்டேன்.
பொங்கல் தீஞ்சிருமெனத் திரும்பத் தொடங்கினாய்
முத்தமிட்டதையே மறந்துவிட்டேனென
இன்னும் ஒன்னேயொன்னு கேட்டேன்
பின்னாலிருந்து பொங்கல் எட்டிப்பார்த்துச் சிரித்தது
அது சக்கரைப் பொங்கலாகி
வெகு நேரம் ஆகியிருந்தது...

#பொங்கலும்_ காதலும்

நம் வீட்டு மொட்டைமாடியில்
நீ காய வைத்திருந்த துணிகளை
எடுக்கச்சென்றிருந்தேன்.
வெகு நேரம் கழித்து
திரும்பி வருகையில்
துணிகளுடன் சேர்த்து மூட்டை கட்டி சில
கற்களையும் கொண்டுவந்திருந்தேன்.

"என்னடா இது?" என்றாய்.
"நாம அஞ்சாங்கல் விளையாடலாம்
வச்சிக்கோ" என்றேன்.
நீ ஒன்றுமே பரியாமல் விழித்தாய்.

காலையில் நீ துணி காயப்போடுகையில்
விண்ணிலிருந்து வழியத்தொடங்கிய
எரிகற்கள் அவை.
நியாபகமாய் இருக்கட்டுமேயென
பொறுக்கிக் கொண்டு வந்தவையவை.

சூடு ஆறட்டுமேயென
ஜாடியிலிட்டு
நீரூற்றி வைத்துவிட்டு
நானும் ஒருமுறை
பச்சைத் தண்ணீரில்
குளிக்கச் சென்றேன்.
#காய_வைத்த_துணிகளும்_காதலும்
துணிக்கடையில்

♥

உனக்குப் பிடித்த மாதிரியான
'டாப்' தேடிக்கொண்டிருந்தோம்.
கடலில் தேடினாலும்
அப்படியொன்று கிடைக்காதென்று தெரிந்தும்
கண்களில் காட்டாமல்
ஒவ்வொன்றாய் எடுத்து காட்டிக்கொண்டிருந்தேன்

திடீரென என் தோளைச் சுரண்டி
"அங்க பாரேன் அந்த பையன்
செம்மயா இருக்கான்ல"
என்று வெறுப்பேற்றினாய்
நான் உடனே பதிலுக்கு
"அவ கூடத்தான் செம்மயா இருக்கா"
என்று அங்குக் கை காட்டியவுடன்
"ஏய் அது பொம்மைடா லூசு
அவசரத்துக்கு பழிவாங்க
என்ன சொல்றான்னே தெரியல"
என வீடு வரைக்கும்
வயிறு வலிக்க
சிரித்துக்கொண்டே வந்தாய் . . .

நான் சொன்னது . . .
நான் சொன்னது
பொம்மைக்குப் பின்னால் வைக்கப்பட்டிருந்த
உன் பிம்பத்தைச் சுமந்திருந்த

ஆளுயரக் கண்ணாடி என்பது
எனக்கும் பொம்மைக்கும் மட்டும்
தெரிந்திருந்தது

ஒரே நேரத்தில்
நான் வீட்டிலும்
பொம்மை கடையிலுமென
வாய்மூடிச் சிரித்துக்கொண்டோம்...

துணிக்கடை_பொம்மையும்_காதலும்

உன் கால்பிடித்துவிட்ட
ஒரு நாள் கூட
நான் எல்லை தாண்டிச் சென்றதில்லை

உனக்கு கொலுசு அணிவித்த
ஒரு நாள் கூட
நான் வேறெதையும் யோசித்ததில்லை

உன் முன் மண்டியிட்டு புடவை மடிப்பைச் சரிசெய்த
ஒரு நாள் கூட நான்
அதைத்தவிர வேறொன்றுமே செய்ததில்லை.
ஆனால் அன்று
கூட்டத்தின் மத்தியில்
யாருக்கும் தெரியாமல்
என்னைக் காலால் சீண்டி
கண்ணடித்துச் சிரித்து
மயக்கிய பொழுதில் தான்
நான் எத்தனைக் காதல் கொண்டிருக்கிறேன்
என்பதை என் மனம்
எனக்கே உணர்த்தியது

வீட்டிற்கு வந்தவுடன்
எல்லாமும் முடிந்த பின்பு நீ
அப்பாவியாய்ப் பார்த்துக்கொண்டே
என் கைப்பிடித்து

மீண்டும் போர்வையினுள்
இழுத்தபின் தான்
எனக்குத் தெரிந்து
வார்த்தையால் நீ சொல்லாமல்
பெருங்காதல் கொண்டிருக்கிறாயென்பது!

நான்கு_சுவர்களும்_காதலும்

♥

மாதத்தில் சில நாட்கள் மட்டும்
காலை தொடங்கி இரவு வரை
நீ செய்யும்
எல்லாத் தவறுகளுக்கும்
என்னைத் திட்டித் தீர்ப்பாய்
நானும் ஒவ்வொன்றிற்குமாய்
மன்னிப்ப கேட்டுக்கொண்டேயிருப்பேன். . .

இரவானவுடன் பயத்துடன்
மெல்ல மெல்ல ஊர்ந்து வந்து
உன்னை எழுப்பிடவிடக் கூடாதென்று
என் தலையணையை இழுத்து
தள்ளிப்படுப்பேன் நான்
சட்டென கண்திறந்து தலைதூக்கி
" ஏன் ? கிட்டவந்து படுக்க மாட்டியா நீ ?
தூங்கும் போது கூட
என்னை நிம்மதியா தூங்க விடாத"
எனத் திட்டியபடி
என் நெஞ்சில் தலைவைத்து
கட்டிக்கொண்டு
கண்மூடி படுத்துக்கொள்வாய் !
மன்னிப்பக் கேட்கவும் முடியாமல்
மன்னிக்கவும் முடியாமல்
திணறிப் போவேன் நான் !

ஒற்றைத்_தலையணையும்_காதலும்

எனக்கு முதுகைக் காட்டியபடி
சுவற்றுப் பக்கம் திரும்பி
நாடாவை இடுப்பில் இறுக்கி
உட்புறம் வெளிப்புறம் கவனித்து
நுனிப் படவையை வலப்புறம் செருகி
உயரத்தை சரிசெய்து
வலமிருந்து இடமாக,
ஆலமரப்பிள்ளையாரையை
பக்தியோடு சுற்றுவதைப் போல் சுற்றி
படவையின் மேல் விளிம்பை
ஸ்கூல் பிள்ளையைப் போல்
டக் இன் செய்து
இரண்டாம் சுற்றுப் படவையில்
நான்கு விரல்களவு ப்ளீட்ஸ் வைத்து
பம்பரக்குழிக்கு நேராக செருகிக்கொண்டு
அங்கிருந்து பாதம் வரை
அம்மடிப்பகளை அடுக்குகளாக,
உன் கூந்தலுக்குள்
என் கை விரல்கள் போல
நீவி விட்டு
இடப்புறம் பார்டரை
சுருக்கமின்றி பின் நோக்கி நீவி
முதுகு வழியாக எடுத்து
முன்பக்க மாராப்பாக
எடுத்து ‘பின்’ செய்தபின்
என் பக்கம் திரும்பவாய்

மறைத்து மறைத்து
சீலை கட்டிய வீராப்படன்
கடுப்பேற்றிய கர்வத்துடன்
எப்படி இருக்கிறதென்பாய்
பாவமான முகத்துடன்
'திரும்பிக் கட்டியிருந்தால் இன்னும்
அழகாக இருந்திருக்கும்' என்பேன் நான்.

அழுகாச்சி காட்டிச் சிரிப்பாய்

உனக்குப் பின்னால்
தொங்கியபடி சிரித்துக்கொண்டிருக்கும்
நீ கவனிக்கத் தவறிய
சுவற்றில் மாட்டிய
'கண்ணாடி'

#கட்டும்_படவையும்_காதலும்

நீயிட்ட சாபத்தால்
கிடத்துப்பட்டிருந்த தூங்காநகரத்தில்
வெகுதூரம் பயணித்து
கானல் நீரைக் கோப்பையில் குடித்து
எல்லையை அடைந்தேன்...
இரண்டாம் உலகத்தின்
வாசல் வழியே உள்நுழைந்தபின்
எனைக் கட்டியிருந்த
உன் நினைவுக்கயிற்றை
வெட்டிவிட்டு ஓடிச்சென்று
மெத்தையில் விழுந்தேன்
மயக்கமோ உறக்கமோ
ஏதோவொன்று தழுவியது
கனவுகளில் நாம் தழுவிக்கொண்டோம் !
காதல் !

நேரம்: விடியற்காலை 3.50

#விழித்திருப்பம்_காதலும்

உனக்கும் எனக்குமான
அதிகபட்ச நெருக்கம்
'நினைவுகள்' !

உனக்கும் எனக்குமான
அதிகபட்ச தூரம்
'கனவுகள்' !

நேரம்: விடிய வேண்டிய நேரம் தான்

#பரிதலும்_காதலும்

உன் மடி சாய்ந்தால்
இருண்டது வானம், நள்ளிரவு.
உன் நெற்றி முட்டினால்
விடியத்தொடங்கியது, காலை.
நீ கோபித்துத் திரும்பினால்
சுட்டெரித்தது சூரியன், நண்பகல்.
உனை அணைக்கத் தொடங்கினால்
சிவந்தது வானம், மாலை.
எதுவமே வேண்டாமெனக்
கண்மூடி கட்டிக்கொண்டேன்
கலைந்து போனது, கனவு !

#உன்னிருப்பம்_காதலும்

சொட்டுச் சொட்டாய்
பெய்த மழையால்
நிரம்பியிருக்கும் கடலைப் போலத்தான்
எட்டுத்திக்கும் என்னுள்
நிரம்பி வழிகிறாய் நீ . . .
அள்ளி அள்ளி ஊற்றி
காலியாகாக் கடலைப் போலத்தான்
தள்ளித் தள்ளி நின்றும்
தொலைந்து போகாக் காதல் . . .

#கடலும்_காதலும்

நீ கட்டும் படவைக்குக்
கொசுவம் சொருகி விடாமல்
உன் காலடியில் மண்டியிட்டு
மடிப்பெடுத்து விடாமல்
நீ தலைவாரி எனை மயக்க
சீப்ப எடுத்துத் தராமல்
என் மோதிர விரலால் குங்குமம் எடுத்து
உன் நெற்றியில் முத்தமிடாமல்
பூ வைக்கத் தெரியாமல் வைத்துவிட்டு
உன்னிடம் திட்டு வாங்கிக்கொள்ளாமல்
உன் இடைக்கும் படவைக்கும் இடையில்
கை விடுத்து உன்னை என்
நெஞ்சோடு அணைத்துக்கொள்ளாமல்
உன் கூந்தல் வாசம்பிடித்து
கழுத்தில் முத்தமிடாமல்
இந்தப் பொங்கல் வெறும்
வேகாத வெற்றுச் சோறு தான் . . . !
'பொங்கல்'

#பொங்கலும்_காதலும்

எப்போதும் தலைக்கணம்
கூடாதென்பதில் கவனத்துடன்
இருந்துகொள்வேன் நான்...

என்றோ எப்போதோ
உன் மடிமீது தலை சாய்த்து
படுக்க நேர்ந்தால் . . . ?

#மடியும்_காதலும்

வேண்டுமென்றே
நீ செய்த குறும்புகளை
நீ வேண்டாமெனச் சென்ற பின்பும்
ரசித்துக்கொண்டிருக்கிறது
செய்வதறியா மனம்

#தனிமையும்_காதலும்

உன் வளைந்து விழும்
கூந்தலைக்கண்டு நான்
நெளிந்து கொண்டிருந்தேன்

நரை முடியெல்லாம் வந்துவிட்டது
இன்னுமென்ன காதல் கேட்கிறது
உனக்கென்றாய்

தலைமுடியே இல்லை
இதில் நரைமுடியையெல்லாம் நான்
கணக்கில் வைக்கவா என்றேன்

இருந்தாலும் நீ ரொம்பத்தான்
பைத்தியம் புடிச்சுப் போய்க் கெடக்குற என்றாய்
எனக்குக் கூடத்தான்
உன்னைத் தாண்டி ரசிக்க இப்போது
காரணங்கள் உள்ளனவே என்றேன்
முறைத்தாய்
ஏய்
அது நம்ம குழந்தைங்க டீ என்றேன்
சிரித்தாய்
உன்னைத் தாண்டி ரசிக்க இப்போது
காரணங்கள் உள்ளனவே என்றாலும்
நீ மட்டும்

அன்றிலிருந்து இன்று வரை
குறையாத அழகை
குவித்துக் கிடக்கிறாயே
உடனே 'சீ' என்று
கிள்ளிவிடாதே
உன் சுருங்கிய தோலும்
மங்கிய பார்வையும்
குன்றிய நினைவும்
அத்தனைக் கோடி
அழகு தெரியுமா. . .
என் தலையில்
எப்போதிலிருந்தோ முடியில்லை
உன் நரை முடியின் அழகிற்கு
உன் தலையில் இருக்கும் வரை
முடிவில்லை
கூன் விழுந்த
உன் வளைந்து விழும்
கூந்தலைக் கண்டு
நான் நெளிந்து கொண்டிருக்கிறேன். . .

#நரைமுடியும்_காதலும்

நம் மகனும் மகளும்
வேலைக்குக் கிளம்பிய பின்
ஆடிக்கொண்டிருக்கும் கழுத்தோடு
ஐந்து ரூபாய்
பத்து ரூபாயென
அங்கும் இங்கும் போட்டிருந்த
சில்லரையெல்லாம் பொறுக்கி எடுத்து
ரகசியமாய்ச் சேர்த்திருந்த
நூத்தி இருபத்து மூனு ரூபாய்
பணத்தையும் அதனோடு சேர்த்து
கண்ணாடியைப் போட்டும்
கண் தெரியமால்
தடவித் தடவி எண்ணி
எதிர்பார்த்த ரூபாய் வந்தவுடன்
மாட்டியிருந்த மஞ்சப்பையை
மறக்காமல் மடித்து எடுத்துக்கொண்டு
அரை குறையாய் வீட்டைப் பூட்டி
ரோஜாத் தொட்டியில் சாவியை
மறைத்து வைத்துவிட்டு
தள்ளாடி வெயிலில் நடந்து போய்
அந்தக் கடையினுள் நுழைந்து
நெற்றி சுருக்கி
கட்டை விரலும், ஆட்காட்டி விரலும்

நெற்றியில் படும்படி கை வைத்து
வெகு நேரம் தேடி
அந்த ஸ்வீட்டைக் கை காட்டி
“கால் கிலோ” என்றால்
கடைகாரத் தம்பி திட்டுவார்.
காசு கொடுத்தாலும் வாங்க மறுப்பார்.
கெஞ்சிக் கெஞ்சி கேட்ட பின்ப
எண்ணிக்கூடப் பார்க்காமல்
ஏதோ கொஞ்சம்
காசை வாங்கிக் கொண்டு
தலையில் அடித்தபடி அந்த
கால் கிலோ ஸ்வீட்டை
கவரில் போட்டு
கையில் வைப்பார்.
ஸ்வீட்டை மட்டும் எடுத்துக்கொண்டு
மஞ்சப்பையில் போட்டுக்கொண்டு
வெய்யிலில் விழாமல் போராடி
நடந்து செல்லும் வழியில்
பால்காரத்தம்பி பார்த்துவிட்டு
வண்டியில் ஏற்றி
வீட்டின் வாசலில் இறக்குவார்
மண்ணையும் சாவியையும்
தொட்டியிலிருந்து சேர்த்தெடுத்து
முட்டி மோதி சாவியை நுழைத்து
கதவைத் திறந்து
Fan கூடப் போடாமல்

ஆசை ஆசையாய் அந்த
ஸ்வீட் பொட்டலத்தைத் திறந்து
உன் படம் வைக்கப்பட்டிருக்கும்
மேசையின் மேல் சொல்லி
அழைத்து அழைத்து
சாப்பிடு சாப்பிடு
என்பேன் அழுதுகொண்டே...
படத்தில் நீயோ
சிரித்துக்கொண்டிருப்பாய்
வதங்கிய மாலையிலிருந்து
ஒரு பூ கீழே விழும்.
சிரித்துக்கொண்டே அழுது கொண்டே
உனக்குப் பிடித்த ஸ்வீட் தான் இது
சாப்பிடு சாப்பிடு என்பேன்.

எறும்புகள் ஒவ்வொன்றாய் வந்து
வரிசையாய் அதை
எடுத்துச் செல்லும்
கண்ணாடி கீழே விழ
கதறி அழுவேன்
தலையில் அடித்து ...
எதாவது ஒரு எறும்பாவது
உன்னிடம் கொண்டு சேர்க்கும்
என எண்ணிக்கொண்டே
சுவற்றில் சாய்ந்து கொள்வேன்...

சாய்ங்காலம் ஆனவுடன் நம்
மகனும் மகளும் வந்துருவாங்க
உனக்குப் படிச்ச ஸ்வீட் தான்டீ இது
சாப்டு சாப்டு
வந்தா பள்ளைங்க
என்னைத் தான் திட்டுவாங்க
சீக்கிரம்... சாப்படு... சீக்கிரம்... சாப்படு...

ஸ்வீட்டும்_காதலும்
#ஒப்பாரி

வயசான காலத்துல
எழ முடியா நேரத்துல
எட்ட இருந்த ஊன்றுகோலை
எட்டிப்படிக்க நெனைக்கையில
உருண்டு விழுந்து நான்
செத்துப் போனா
பத்திரமா பாத்துக்கங்க அவள
பத்திரமா பாத்துக்கங்க
வசவசன்னு பேசுவா
வலி கொடுக்க மாட்டா
உசுரில்லாமயும் வாழ்ந்துடுவா
நானில்லாம மாட்டா
எம்படம் ஒன்னைப் பெருசாக்கித் தந்துடுங்க
பக்கத்துல வச்சிப் படுத்துக்கிரட்டும்
போர்த்திக்கிட்டு நிம்மதியாத் தூங்கிரட்டும்
எம்படத்துக்கு வேணா
பூவும் பொட்டும்
ஒங்க அம்மாளுக்கு வச்சிருங்க
அழகாத்தான் இருந்துக்கட்டும்
பல்லில்லாமயும் அழகு தான்
அவ
சொல்லுலயும் அழகு தான்
பசிச்சா சோறு போடுவா எங்கம்மா
பசிக்க வடாம பாத்துக்குவா உங்கம்மா
இன்னுங்கூடச் சொல்லிருவேன்
யாருக்கும் புரியாது என்னைக்கும்

சேத்து வச்ச சொத்தெல்லாம்
சரி பாதி நீங்க பிரிச்சிக்கங்க
பெத்தத் தாயவள
பத்திரமாச் சேத்துடுங்க
எம்பக்கத்துல

எனக்குத் தோண்டுற குழியத
ரெண்டாவே தோண்டிடுங்க
நெடு நாளு தாங்க மாட்டா
ஓடி வருவா விட்டுடுங்க
பக்கத்துக் குழியதுல
பக்குவமா பொதச்சிருங்க
மண் போட்டே மூடிருங்க
கல்லெதுவும் பூ மேல
பட்டுராம பாத்துக்குங்க
எனத் திண்ண பழுவதுவும்
அவளத் திண்ணும் மண்ணுக்குள்ள

காதலுன்னா என்னவென்ன
கேட்டுக்கேட்டு செத்தவ அவ
கண் மூடி யோசிக்குறேன்
தெரிஞ்சவொடனே மொனகிடுறேன்
அவ காதுக்குள்ள

#என்சாவும்_காதலும்

காண்பதெல்லாம் காதலடி

அருண்

www.ingramcontent.com/pod-product-compliance
Lightning Source LLC
LaVergne TN
LVHW040825051026
849519LV00007BA/2748